MẶC NIỆM

MẶC NIỆM
Thơ Võ Thạnh Văn

Tranh bìa: Tác giả
Tranh phụ bản: Tác giả
Trình bày: Nguyễn Thành
Nhân Ảnh xuất bản 2020
ISBN: 9781989924310
Copyright © 2020 by Vo Thanh Van

MÂY PHÙ VÂN
CHE KÍN TRỜI PHÙ HOA

Chờ nhau
rã mấy mùa bông

Xa nhau
rạc mấy tầng không
cách vời

Tình đầy vơi
Nghĩa đầy vơi

Biết bao tan hợp
bên trời sắc không

Bến chiều (lả chả) sương đông

Chớp nguồn
Mưa biển
Gió lồng
Buồm căng

Ngỡ ngàng
khuyết mấy tuần trăng

Dáng đời
Vách núi
Mây giăng thẫm trời.

LỘNG LẪY
MƯA SA

Em ngày ấy - thắp từng đêm mộng mị
Đọc phong dao ngầm ước chuyện thần tiên
Trích quái liêu trai sầu vương dị dị
Tưởng như đời tràn nhung lụa phiêu nhiên

Em mười ba - mùa tằm đang say giấc
Có ai hay ong bướm lén đi về
Tay khói động rụng cơn phùn lất phất
Tóc mây bay trời miên viễn thê thê

Em mười bốn - mùa tằm vừa chợt thức
Hiền ngu ngơ kiều diễm mắt môi thầm
Từng sợi nắng chứa mọc mời ngọt mứt
Ngậm hơi sương lộng lẫy nỗi u trầm

Em mười lăm - mùa tằm ăn dâu lá
Mày mi cong biển dậy sóng trăng rằm
Chợt thảng thốt chiều rơi phùn ướt má
Ta dâng thơ làm khăn gấm em chằm

Em mười sáu - mùa tằm đang chín mọng
Mắt môi ngoan lồng lộng Hải Vân Quan
Phù sa úng Cẩm Thành con nước đọng
Ta dâng tình làm mực chảy Trà Giang

Em mười bảy - mùa đạn bom lửa khói
Hỏa châu soi từng nỗi nhớ kinh hoàng
Rồi hạnh ngộ vuột xa tầm tay với
Rồi bể dâu tràn ngập kiếp thương tang

Em bây giờ - phương trời nào lưu lạc
Mắt môi xưa ương ẩm dấu phong hoàng
Gót chân xưa, thuở: Quỳnh, giao, sen, hạc
Câu thơ xưa lộng lẫy buổi mưa tràn.

LỜI THƠ
GỞI GIÓ BAY ĐI

Rót lời gởi gió đưa xa
Rừng cây ngơ ngác. Động hoa mịt mờ
Am tiên mây trắng dật dờ
Phù Hư yếu thuật vu vơ yếm trù

Lòng người úa cỏ tàn thu
Lòng hoa lá đợi sa mù rây mưa
Lòng em hoá đá kịp mùa
Lòng trời biết có dư thừa âm hao

Thư hồng không gửi được
Giấy hồng mực tím phai
Lệ hồng nghiên mực quạnh
Bóng hồng biệt nẻo xa

Ngóng mong về cạn tuần trà
Qua song cửa gió mưa sa ngoài giàn
Tưởng nhau cùng nỗi ngỡ ngàng
Thanh bần lạc đạo ưu nhàn phố không

Tưởng rằng có
Tưởng rằng không
Tưởng rằng có có không không
Loạn cuồng

Chắc gì có
Chắc gì không
Chắc gì có có không không
Cõi trần.

TRĂNG THU VÀNH VẠNH SÁNG
[bài thơ 3 chữ]

Khí thu lạnh
Gió thu sang
Trời thu quạnh
Nhánh thu vàng

Vịnh thu tạnh
Hải âu về
Sóng thu lặng
Chiều thê thê

Hồ thu lặng
Nước mơ màng
Ai vò võ
Đèn hoang mang

Ao thu động
Sóng nhấp nhô
Nước thu lộng
Ngập đôi bờ

Hiên thu sáng
Sương hiền hoà
Mộng loáng thoáng
Khuya thướt tha

Trăng thu mọng
Khuyết hạ tuần
Bướm ong mộng
Hoa rưng rưng.

EM, CON NỢ TIỀN THÂN

Em,
con nợ hụt
tiền thân

Về trong gang tấc
nửa gần nửa xa

Chiều xưa
khăn lệ trao tay

Mai về mắt ướt
nhậm phai má hồng

Trả bao giờ
hết cừu oan

Trăm năm
lãi chất nợ chồng
nghiệt cay

Cắn răng
nghiền ngẫm
đêm ngày

Tiền căn
nghiệp chướng:

Môi
Mày
Má
Mi.

ĐAU LÒNG
NGỒI ĐẾM NHỮNG VU VƠ

Có những uất nghẹn không lời
Có những hận thù không dứt
Có những xót xa không ngớt
Có những niềm đau không vơi

Có những sục sôi không nguôi
Có những hụt hẫng không hẹn
Có những đợi chờ không đến
Có những nhớ thương không vui

Có những niềm vui không về
Có những ước mơ không đủ
Có những thao thức không ngủ
Có những bâng khuâng không đi

Có những đố kỵ không mong
Có những giận hờn không đợi
Có những mối tình chết yểu
Có những thốt thề đẻ non.

DẶM NGÀN
DÂU XANH

Sương băng cầu giá
gió lay

Lạnh tê mép cỏ
dấu giày buông nhanh

Người qua lối ấy sao đành

Tóc xanh bay rợp
khúc quanh tình trường

Đời nhiễu nhương
Tình nhiễu nhương

Lòng ngao ngán
khúc đoạn trường
gió tanh

Người về
tóc úa
(thôi xanh)

Chân bon ngựa nản
Chòng chành buồm xuôi

Mai
trời nắng lụa
vàng trôi

Khúc sông tình sử
cát bồi bãi ngây

Rêu xanh
đã lạc dấu giày

Mắt xanh mi quanh
dặm ngày dâu xanh.

NHỚ
VẠT NẮNG
QUÊ XƯA

Gió lặng xứ người nhớ nắng quê
Cảm thương đầy ắp nỗi ê chề
Bao giờ quê mẹ thôi giông bão
Sẽ trở về thăm vẹn ước thề

Buổi ấy ra đi lòng dặn lòng
Bao giờ quê mẹ hết long đong
Bao giờ quê mẹ thôi oan khốc
Sẽ trở về thăm thoả ước mong

Ra đi ngày ấy mãi bâng khuâng
Bao đêm thương nhớ mắt thâm quầng
Bao giờ quê mẹ thôi oan nghiệt
Sẽ trở về thăm -bớt ngại ngần

Ra đi ngày ấy ngập phong yên
Có bầy sáo nhỏ giấu ưu phiền
Đợi nắng xuân lành tung cánh múa
Mừng ngày quê mẹ hết oan khiên

Bao giờ quê mẹ nắng hanh vàng
Đầu ngõ ca dao trẻ hát vang
Nửa đời luân lạc lòng ươm mộng
Trông chờ một buổi gió thênh thang.

NẮNG HẠ
ẤM QUÊ NGƯỜI

Môi em nắng quái chiều hè
Nửa thao thức đợi. Nửa mê mệt chờ

Mộng em cọng nắng trơ vơ
Cây xơ xác ngó. Cỏ dờ dật trông

Nguyên khuê ngơ ngác vân mồng
Suối xanh xao chảy. Thác ầm ỉ tuôn

Đất trời lộn đổ mây vờn
Nghe da thịt lạnh chập chờn giấc khuya

Gió về mang nắng xa chia
Người về (theo gót nắng lìa) tình phai

Nắng về hạ ấm trên vai
Đôi chân sáo nhảy bước dài xôn xao

Chiều rơi thủ phủ nắng dào
Dạt trôi tình khúc hôm nào ngỡ quên

Nắng về. Chiều ráng. Hồng lên
Mắt môi tha thiết bên thềm đợi nhau.

ĐÊM LẠNH GIỌT THU SA

Buổi trời lạnh rớt thu sa
Em hong nắng mật
chan hoà bên khung

Từng khuya hoa cỏ vô cùng
Giấc em trăn trở
mông lung mộng nhoà

Phòng không,
phong lạp lập loà
Chiếu chăn hoang quạnh
nến pha giọt nồng

Rượu cay lòng ướp hư không
Bao con chim mộng
về hong cánh tình

Men lòng ủ mãi chưa lên
Góc trời xa ngái
lênh đênh trầm phù

Gió tàn hạ
sương úa thu
Hoàng hôn lạnh buốt
mây phù vân trôi.

ƠN ĐỜI
NẶNG TRĨU ĐÔI VAI

Ơn đời từ buổi
Rớt nặng hai vai
Mưa đời ngọt tuổi
Thêu hoa chân hài

Trăm năm từ bữa
Lạc dấu rêu xanh
Một nghìn năm nữa
Trôi qua cũng đành

Tiếng chuông đồng vọng mây lành
Đỉnh non đá dội chòng chành khe sâu

Sương rơi ướt đẫm khuê lầu
Mây trôi lụt mấy chân cầu nước xoay

Tuyết rơi ngập lối chiều nay

Thinh không hấp hối
rừng bày cành trơ

Cánh âu lạc bạn bơ vơ

Một phương giông bão
đợi chờ mười phương.

TRĂNG NƯỚC TRÀ GIANG

Mùa trăng thuỷ nguyệt tiêu sơ
Nước Trà Giang lạnh bơ phờ khói lên

Trăng vàng dọi nước xanh thêm
Sóng tươm rã mật mộng thèm môi ngoan

Trăng về sông nước bàng hoàng
Lâng lâng bốn cõi mơ màng quạnh đông

Trăng về người có về không
Chiếu chăn thôi đợi - long đong thôi chờ

Trăng về thức ngủ bơ vơ
Mùa hoa thuỷ thảo nở hờ ven sông

Trăng tàn ta vẫn chờ mong
Bóng người biền biệt đêm mông lung mờ

Đợi trăng nước vẫn hững hờ
Mai sau trăng xế qua bờ hoang vu

Trăm năm trăng khuất sa mù
Nghìn khuya mây nổi rối bù tóc xưa.

BỖNG
TRÙNG TRÙNG
MÂY NỔI

Bỗng dưng rừng nhớ núi xa
Cơn mưa thu đọng nhạt nhoà sắc tươi

Tưởng xưa ngọc vỡ hoa cười
Trùng trùng mây nổi. Ngời ngời sương bay

Mắt người từ buổi khói cay
Chan chan hồng lệ. Bày bày hồng châu

Đầm đầm mây nổi từ đâu
Chân cầu rụng bóng giang đầu mây nghiêng

Một con hải tước ưu phiền
Giọng khàn đục nước vẫn triền miên bay.

CHIỀU VẪN LẠNH TỪNG MÙA HỢP TAN
[bài thơ 4 chữ]

Người về sương lạnh
Ngọn gió sang mùa
Cơn mưa chưa tạnh
Tựa buổi đông xưa

Người về giá buốt
Cóng đôi tay gầy
Cơn mưa ngày trước
Đông chí hây hây

Người về cuối phố
Trời sắp lập đông
Mang theo giông tố
Tàn cơn mưa hồng

Người về đầu ngõ
Chân bước liêu xiêu
Tóc mai vàng võ
Óng mượt nắng chiều

Âm vọng cuối hẻm
Từng bước hài thêu
(Ngập ngừng. Rón rén)
Đã mòn dấu rêu.

TIẾNG CHIM ĐÊM HOANG LẠNH

Nửa khuya
gió rít sau vườn

Tiếng chim thảng thốt
giọng buồn trầm hôn

Ngân dài phiêu hốt
giọt sương

Rơi trên nhánh cỏ
Cuối đường thiên nhai

***

Con chim
hát suốt đêm dài

Tiếng tha thiết dỗ
giấc phai quế nồng

Về khuya
giọng lạnh tơ đồng

Canh tư
tiếng khản nước truông
đục khờ.

BIỂN DÂU

Xa nhau
Tình Chợt
Úa nhàu

Một phen
Khói lửa
Trầu cau
Bàng hoàng

Đạn bom
Ly biệt
Ngỡ ngàng

Tình yêu
Nỗi chết
Thương tang
Nghiệt tình

Trong thời gian
Có chúng mình

Sợi dây tiền kiếp
Vô tình buộc ngang

Bỗng dưng
Sóng trở kinh hoàng

Bỗng dưng mây nổi
Dặm ngàn biển xanh

Bể dâu
Một buổi
Cũng đành

Tang thương
Suốt kiếp
Chòng chành
Phận duyên.

CHUYỆN TÌNH VUN GIỮA CHỢ

Ai trót xây nhà giữa chợ
Miệng lằn lưỡi mối vây quanh
Phí hoang nửa đời nần nợ
Cột kèo tường mái mong manh

Ai trao tình đang ấp
Chưa nở đoá vô thường
Tình vào mùa áp thấp
Nhuỵ run run trong sương

Ai bán rao tình đầu xóm
Đường ong lối bướm rập rình
Uổng công nửa đời vun bón
Lời thề khoa đại trăng chinh

Ai trao tình mới nở
Như hoa hong cánh chờ
Bướm ong còn bỡ ngỡ
Giữa trời lượn ngu ngơ

Ai khoe tình mới chớm
Vội khóc nghĩa vừa tàn
Chợ đời họp tối sớm
Cỏ lá cũng hoang mang.

RỒI
ƯỚC MƠ, MỘNG MỊ
CŨNG TÀN PHAI
[bài thơ 3 chữ]

Em con suối
Xa ngọn ngành
Yêu đắm đuối
Luyến động xanh

Em sông biếc
Chảy miệt mài
Thương thắm thiết
Mộng tàn phai

Em động khói
Rừng nguyên sinh
Khe lạch mỏi
Rỉ mạch tình

Em cát bãi
Sóng vỗ hoài
Chừng hoang hoải
Dấu liêu trai

Em biển động
Cơn sóng ngầm
Tan cơn mộng
Khúc triều âm.

TUỔI
TÓC NHÀU

Tóc bồng
tuổi biết cài trâm
Sương đời nhậm mắt
tình thâm úa nhàu

Xa nhau
vàng đá ủng màu
Lạc nhau
từ buổi con tàu
lộng khơi

Trời chơi vơi
Đất chơi vơi
Đất trời xa ngái
tình vời vợi mong

Tình long đong
Nghĩa long đong
Biết đâu Hợp Phố
mà mong châu về

Tình nghiêu khê
Tứ nghiêu khê
Dòng sông vẫn chảy
mê mê bến đời

Thực chơi vơi
Mộng chơi vơi
Lòng ta trăm mối -
Lòng đời nghìn khoanh.

ĐỜI RỚT HẠT
SA MÙ

Lòng đầy ắp sa mù
Như sơn động thâm u
Người xa có còn nhớ
Sợi mưa vàng thiên thu

Lòng tràn ngập khói mờ
Tiên am ngày tụ thơ
Người xa chừng thảng thốt
Trên môi mắt thô trơ

Lòng dệt mộng ngu ngơ
Từ đêm dậy gió ngờ
Người xa về động cũ
Mây trũng buồn tiêu sơ

Hẻm nhỏ chân âm thầm
Từng bước, từng bước quanh
Người xa về một tối
Tiếng hài rời rạc nhanh.

ẤP IU
MÙA TRỞ LẠNH

Từ mùa
trăng ghé về thăm

Cõi trời đâu suất
mù tăm bóng vời

Biết đâu
nhắn gởi một lời

Ấp iu
trở lạnh bên trời
quạnh đông

Biết đâu
tăm tích
vân mồng

Sáng mong
Trưa nhớ
Chiều trông
Khuya chờ

Biết đâu
ấm lạnh
mà ngờ

Biết đâu luân lạc
mà mơ trùng phùng.

CƠN NƯỚC HẠ

[bài thơ 3 chữ]

Em yêu chàng
Như mưa rơi
Chàng yêu em
Như sương rớt

Em gần chàng
Như phấn bay
Chàng xa em
Như gió thoảng

Em mong chàng
Như trăng chênh
Chàng nhớ em
Như sao rụng

Em tìm chàng
Như nước lên
Chàng chờ em
Như triều ha

Tình yêu người như phù vân
Miệng thốt thề niềm thiết thạch
Tình chảy tràn tựa huyết mạch
Rồi cạn kiệt nhựa thuỷ chung.

HÁT NGẤT
DẬY
MEN LÒNG

Con chim hát
dậy men lòng

Hát ru
mấy khúc tình buồn
trầm kha

Ráng chiều nhàn nhạt nghệ pha
Một con nhạn lẻ phương xa thốt thề

Khúc ru lòng chợt tím tê
Ải xa cô hạc mê mê cánh buồn

Ơn người
men dậy đáy lòng
Rừng xưa khổng tước
long đong đi về

Buồn rưng
chiều tím
thê thê

Men lòng dậy sóng
nghiêu khê
hôn trầm.

VƯỜN KHUYA
ĐÊM NGHE RĂN GÁY

Rừng sâu
Gió chướng
Thì thầm
Rằng trăng lữ thứ tự trầm bến mê

Đèn chong gác lạnh lùng se
Sao chênh lối mộng đêm hè lá đưa

Trời đông sao rụng lưa thưa
Một con nhạn lạc kêu mưa giọng khàn

Gió từ hang động man man
Vắng đêm tiếng vượn gọi đàn buồn rươi

Khuya nghe rắn gáy từng hồi
Lạnh bia mộ chí bên đồi trở sương

Âm dương cách trở côi đường
Hồn ma khóc ngất sau vườn tìm nhau.

LÒNG TA ĐÊM TUYẾT RỤNG

Ta nghe lòng thê lương
Trên đỉnh sầu tịch mịch
Khói đá tụ mù sương
Kể từ đêm trừ tịch

Ta thấy trăng nguyên tiêu
Nhuộm vàng đọt xuân chớm
Trăng và ta cô liêu
Giữa lòng khuya tuyết sớm.

NGHE VẲNG TIẾNG AI CƯỜI TRONG MƠ

Trong mơ nghe vẳng tiếng cười
Vút bay cánh hạc qua trời chớm thu

Ráng hồng lửa ửng biên khu
Mây trôi một thoáng sương mù giăng giăng

Giọng cười lạnh buốt đêm trăng
Nửa vang ma mị. Nửa hằn chiêm bao

Nằm mơ quá khứ hanh hao
Cánh chim hoang hoải lao xao chợt về

Mưa khuya đầm lạch tràn bờ
Phù sa thuở ấy đục khờ sương thu.

TÌNH AI
VẪN
ĐỢI CHỜ
[bài thơ 4 chữ]

Em chờ mùa xuân
Nắng về trải ấm
Em mong tình quân
Về như hoa thắm

Em chờ hoa xuân
Mai vàng nở rộ
Em đợi tình nhân
Về như mấy độ

Em chờ gió xuân
Đem về hơi mát
Em đợi lang quân
Mây vương bát ngát

Em đợi pháo xuân
Nổ vang đầu ngõ
Nhắn với lang quân
Nguyên tiêu trăng tỏ

Rồi mai tình về
Đem theo hơi ấm
Trông mai chàng về
Mang theo hoa gấm

Rồi mai gần chàng
Mùa xuân rực rỡ
Dẫu cho muộn màng
Trăng ngàn vẫn tỏ.

CUỘC MỘNG HUYỄN

Rã bời
cuộc mộng
huyễn hoang

Về che lều gió
bên cồn phù sa

Trồng tranh
kết lá
lợp nhà

Đón em
về ngắm trăng tà
xiên khoai

Gối cao đá tảng
nằm dài

Nghe chim hót
lời miệt mài
thuỷ chung.

ƠN NHAU
MƯA MẬT DIỆU VỜI

Ơn nhau
mưa mật diệu kỳ
Cho ta
hưởng trọn tình si
tuyệt mầu

Mấy mùa
(sóng nhão)
bể dâu
Gió hiu hiu thổi
Tóc dàu dàu bay

Ơn nhau (tóc rối) ngủ ngày
Chiều nao nức đợi
Khuya ngây ngất chờ

Sáng buồn tênh
Trưa dật dờ
Dâng nhau tình lụy
mật khờ chung thân.

ĐÔNG VỀ
LẠNH CHIẾU CHĂN
[bài thơ 3 chữ]

Mùa đông nào
Thơm tóc quen
Mùa đông nầy
Lẻ đường trăng

Mùa đông xưa
Nhàu chiếu chăn
Sang đông nầy
Mưa còn hằn

Mùa đông đen
Lười sách đèn
Ngọn gió tàn
Nhạt hơi men

Trăng đẫm mưa
Thắp nến lòng
Đèn còn chong
Đọc thư xưa

Mùa đông xa
Nước mắt nhoà
Mùa xuân nầy
Hát tình ca.

TỰ THUỞ
MẸ ĐƯA NÔI

Bước qua phố nhỏ
không lời

Đèn khuya thao thức
mắt vời vợi trông

Một thương
Chín đợi
Mười mong

Người về
nhớ ghé thăm dòng
sông chao

Bến bờ
tím lịm phong dao

Lời ru mẹ ngọt
thuở nào đưa nôi

Trao nhau
lời ấm vành môi

Bước chân nhớ buổi
bồi hồi lạc nhau.

**KHÓI ĐÁ
LẠNH
HOÀNG HÔN**

Sầu
như khói đá
sườn non

Người xa
ải vắng mỏi mòn
mắt trông

Vắng tanh
nước nhược non bồng

Buồn
như mấy đoạn ngũ ngôn
ngày nào

Lạnh
        từng con chữ
                đồng dao

Tiếng ru mẹ hát
sữa trào môi ngoan

Úa
        từng câu chữ
                thệ đoan

Lời ai mật ngọt
chảy tràn biển dâu.

LÒNG TRÀN
PHĂNG SÔNG NƯỚC

Buồn biết mấy nếu mai nầy lại lạc
Người mười phương và tình lại đôi nơi
Trang thư là những cánh chim lang bạt
Chữ ngu ngơ không thể thốt thay lời

Tình ngây ngất như sông tràn nước dậy
Sóng vây quanh ngập mộng ước từng đêm
Rồi cuộc lữ cũng thành trang huyền thoại
Những lời xưa thức ngủ giấc êm đềm

Lỡ mai mốt sóng tràn qua biên giới
Hố tâm linh và ý thức vây quanh
Thì thôi nhé cuộc hẹn hò chới với
Xin chào nhau giữa xa xót cũng đành

Sầu riêng rã như mùa xưa lũ lụt
Nước tự nguồn trắng xoá mộng bèo tan
Như suối chảy bước hoài cơn hẫng hụt
Như chiều nao hồng lệ đổ đôi hàng

Xuân cứ đến, xuân cứ đi... như thuở
Chưa yêu người nên bước nhẹ thênh thang
Sầu não nuột kể từ chiều nắng gở
Rạng chân mây, trời biếc, nắng hanh vàng

Cũng từ đó đèn thư phòng lạnh ngọn
Tóc vẫn ngoan như thuở chớm yêu người
Mà ai ngỡ tim như rào gai nhọn
Nghìn năm sau giọt máu vẫn còn tươi

Cũng từ đó thơ hiền tựa di chúc
Dòng ngửa nghiêng lời tình tự muôn năm
Hãy cứ uống từng trang thư cầu phúc
Như chiều xưa hiên vắng đợi trăng rằm

Lệ cứ nhỏ như một thời sương bủa
Mắt vẫn cay tựa gió nhẹ mây tan
Lòng vẫn đợi dường cơn say một thuở
Người vẫn xa bởi oan nghiệt dâng tràn.

KHÚC
BIỆT LY
SẦU

Chợt nghe
nhạc vọng khúc sầu

Tri âm
cảm khái tìm nhau
gởi vàng

Nhánh sông
trăng nước mơ màng

Bọt vương thương hải
Sóng tràn bãi dâu

Mai về đâu
Mốt về đâu

Nghìn năm
nước chảy chân cầu
quẩn quanh

Ta từ đâu
Người từ đâu

Mai sau
oan nghiệt đối đầu
thiện chung

NGƯỜI CÁCH XA NGƯỜI TỪ THUỞ ĐAO BINH

Quê hương mù khói lửa
Từ đó người ra đi
Quê cha mùa nghiêng ngửa
Em khóc sũng xuân thì

Quê hương cay thù hận
Từ đó ta không về
Quê người ai lận đận
Bên trời ta mải mê

Quê cha tràn ngập bóng
Của cường gian bạo quyền
Quê người ai mong ngóng
Thề son sắc chính chuyên

Quê cha đầy tang tóc
Người còn trấn lột người
Đất mẹ nhàu gấm vóc
Cường hào uống máu tươi

Quê hương nhiều ly loạn
Người còn hà hiếp người
Quê hương xa đành đoạn
Chia biền biệt mấy mươi

Quê cha xa vạn dặm
Đất mẹ tít mù khơi
Núi non sầu thăm thẳm
Sông biển buồn chơi vơi

Bao giờ người trở lại
Cho ta nhắn đôi dòng
Tình của thời thơ dại
Nghĩa một thuở bướm rong

Bao giờ về cố quận
Ta sẽ mang theo lời
Của người xưa, mấy bận
Đã trôi giạt nhánh đời.

THAO THỨC
BAO ĐÊM TRƯỜNG
MỘNG DU

Đêm về mộng ảo đầy tay
Lá xao xác dỗ cành gầy rạc trơ
Lòng trăng riêng vẫn ơ hờ
Nhánh sông cát đợi đôi bờ hoang vu

Lối khuya ngất tạnh sa mù
Người xa biền biệt mắt thù dõi trông
Người về ủ mộng ngập lòng
Riêng ai mong ngóng lệ tròng khoé mi

Người xa sao vẫn còn đi
Tháp chuông đợi bóng thiên di phương mờ
Bóng ai (nghiêng ngả) bơ phờ
Xiêu xiêu gót cũ. Mờ mờ dấu quê

Người xa sao vẫn chưa về
Xác xơ (bướm phượng ngủ mê) sân trường
Mốt mai lòng có nhớ thương
Đôi tay ấp bóng đêm thường mộng du.

NHẬP NHOÀ
MÙ SƯƠNG KHUYA

Cánh mai nhị độ
nở dồn

Em còn mài miệt
bên phồn phố xa

Đèn chong gác sách
nhập nhòa

Còn riêng ta thức
mực hòa chưa xong

Duyên long dong
Phận long đong

Câu thơ nhòe
giấy phấn hồng
hoa tiên

Tình miên miên
Tứ miên miên

Bên trời luân lạc
Cánh thiên di buồn

Kinh từng chương
Sách từng chương

Thơ rời rạc tứ
Giấy ương ẩm bìa

Mong từng khuya
Nhớ từng khuya

Bóng ai chờn chợt
sầu chia tóc dài.

**TRĂNG & EM
ĐỒNG CẢNH NGỘ**

Gần nhau trăng 13
Xa nhau trăng 17
Năm năm trăng ương chảy
Nghìn năm trăng còn xa

Bao giờ trăng lên ngôi
Bao giờ trăng về lại
Mong trăng còn thơ dại
Cho tình em thôi nôi

Màu trăng chưa nhạt phai
Dù trăng mùa úng thuỷ
Dù trăng tình cô luỵ
Mây chờ trăng đăng ngai

Ta một đời quạnh hiu
Trăng suốt đời lẻ bóng
Núi một đời mong ngóng
Đảo suốt đời cô liêu.

KÊU THƯƠNG
KHẢN GIỌNG VÀNG

Núi sông lên tiếng
   gọi mời

Người trôi giạt
đã mấy đời xa quê

Cánh âu phi xứ
   não nề

Mấy mùa nhạn lạc
ê chề kêu sương

Hẹn nhau
Buổi ấy sân trường

Hẹn nhau quê mẹ
trên đường rêu xưa

Hẹn nhau
tình đợi đã vừa

Trời Âu
Đất Á
Dặm thừa gian truân.

ƠN AI
TRIỀU HẠ
TRIỀU CƯƠNG

Ơn ai triều hạ triều lên
Ta chùm rong biển
lênh đênh theo dòng

Mai sau lúa ngậm sữa đòng
Ca dao rực nắng
ta mong nhau về

Ơn ai khắc đá câu thề
Sườn non vách dựng
tư bề quạnh hoang

Mai sau thu úa lá vàng
Phong dao nhuộm nắng
lời tang thương hồn.

VÔ DỤNG
TRANG THƠ
[bài thơ 11 chữ]

Như anh vẫn
thường diễu cợt
những vần thơ vô dụng

Và bảo rằng
bán chợ trời
cũng chẳng mấy ai mua

Bởi tự cổ
đến chí kim
đời xem thường mực quạnh

Nên đốt kinh
Nên bẻ bút
lấy thơ lót đệm em nằm

Tào Tháo bảo
bọn văn nhân
phần đông phường vô hạnh

Bút bẻ cong
mực tô vẻ
chỉ vì cơm áo đỉnh chung

Đám văn nhân
hàng thi sĩ
phản phúc và nhố nhăng

Ta làm thơ
viết sách
Cũng một phường
bị thịt túi canh.

ĐÊM TRỞ

Ta trở giấc
Đêm trở mình

Thần rừng
quỷ bụi
nghe kinh
khóc thầm

Biển Đông
dậy tiếng triều âm

Sóng xô bèo giạt
thì thầm phận duyên

Từ khởi thuỷ
Đến vô biên

Hoang vu bật khóc
suốt miền tịch không

Thời trở hạn
Tiết trở đông

Rừng căm trở mộng
Suối rong trở tình

Chừng nghe ma ngáp
thình lình

Nửa khuya
dờn dợn
hương quỳnh
phấn rơi.

TÌNH YÊU
LÀ MÙA XUÂN

[bài thơ 4 chữ]

Nàng là mùa xuân
Mạch thầm đất mới
Rẫy bái biền bưng
Đọt vương phơi phới

Nàng là nắng xuân
Muôn hoa rạo rực
Đón bóng đông quân
Trên thân lửa hực

Nàng là sương xuân
Hồi sinh cỏ dại
Vui mừng rưng rưng
Thấm ơn vạn đại

Nàng là mây xuân
Bay qua trời thắm
Năm sắc tưng bừng
Ngập lòng son thắm

Nàng là tuyết xuân
Giăng ngang đầu núi
Chờ vạt nắng hừng
Gom thành từng búi

Nàng là hoa xuân
Thịnh khai vạn lối
Tóc ai lẳng bung
Rợp che muôn tối

Nàng là chúa xuân
Tô môi ai đỏ
Ca hát vang lừng
Đi về đầu ngõ

Nàng là chồi xuân
Má thơm lộc mới
Nàng là đông quân
Tình ai phơi phới.

ĐẦM TRĂNG THUỶ THẢO

Nhánh rêu thuỷ thảo bên ngòi
Bập bùng sóng nước, sõng soài yêu ma

Tóc tiên (dãi nguyệt) nhập nhoà
Vẳng xa tiếng khóc trên toà lầu không

Triều lên sóng bủa mênh mông
Đầm trăng tắm nguyệt lạnh hồn nước trôi

Ven sông đá nhớ bồi hồi
Bao con nước chảy qua đời phế hưng

Ngoài hiên gió thốc chập chùng
Cánh chim trốn bão trùng phùng nhánh mê

Một con dơi lạc chợt về
Bay qua cổ miếu dầm dề sương sa.

THIẾT THẠCH

Lòng ngỡ trăng, hết mùa tròn lại khuyết
Vẫn một niềm chung thuỷ thuở giao bôi
Lời thệ hải minh sơn màu son huyết
Đâu dễ phai sớm tối một đôi hồi

Lòng ngỡ nước, mùa triều lên triều xuống
Vẫn một dòng chảy mải miết khôn nguôi
Dẫu bão táp phong ba trăm tình huống
Vẫn không sờn lòng thiết thạch son tươi

Lòng ngỡ đá, lay hoài không dịch chuyển
Vẫn kiên gan tự thuở đất trời chia
Dẫu băng tuyết bao nghìn năm hư huyễn
Xin một lòng khắc cốt chẳng xa lìa

Lòng ngỡ gió, lang thang về chốn cũ
Đẩy đưa mây muôn nẻo tụ nơi nầy
Rồi mai mốt mùa nước đầm thác lũ
Còn tràn tuôn con gió vẫn vuông đầy.

NẮNG XUÂN
VỀ ẤM MÔI CHỜ

Nắng xuân về ấm môi chờ
Man man hoa cỏ giữa giờ hợp tan

Phiêu phiêu trời đất bàng hoàng
Như em ngây ngất. Như chàng si mê

Như nghìn năm vừa cận kề
Thức hồn bộ lạc chén thề trăng đan

Nghìn xưa cổ lục ẩn tàng
Mai sau tìm lại thiên đàng rong chơi

Nắng xuân từng sợi rối bời
Giục lòng người ấm bên đời lạnh đêm

Cho nguyên tiêu sáng trăng thềm
Rượu, trà, hoa, mộng,
tơ, rèm, thư, hiên

Mai người dỗ giấc đông miên
Ta còn luân lạc
bên triền thâm u

Thiên thu đời rớt sa mù
Quạnh hiu suốt kiếp
Trầm phù mấy khi.

THUỞ ĐẤT TRỜI VÀO THU
[bài thơ 4 chữ]

Mùa thu của cúc
Ta đợi nắng chiều
Pha vàng ngõ trúc
Từng nhánh đìu hiu

Mùa thu của lá
Phơi từng cọng vàng
Cuối ngày hoa úa
Ong bướm lang thang

Mùa thu của gió
Thoang thoảng heo may
Mười phương mắt ngó
Võ võ tháng ngày

Mùa thu của núi
Sáng ngập trăng rừng
Mây qua từng búi
Đẹp như... chưa từng

Mùa thu của khói
Trên đầu mái rêu
Trời cao vòi või
Vương áng tơ chiều

Mùa thu của biển
Sóng vỗ từng hồi
Mây biến mây hiện
Che rợp núi đồi

Mùa thu của nhớ
Rưng rưng sợi tình
Trầu cau trắc trở
Còn nét trung trinh

Mùa thu của mộng
Em là của mơ
Thu về ngập động
Rớt hột thành thơ.

**MÙA THƠ
RỚT HẠT TƠ CHÙNG**

    Mùa thơ
      rớt hạt
      phiêu bồng

Đâm chồi tuyệt bút
bên dòng man khai

    Nụ thơ
      kết ý
      tâm sai

Nặng cành nhân ảnh
Trĩu vai tâm từ

    Giòng thơ
kết hạt diệu hư

Tình dâng ngọt mật
Tâm từ ngát hương

Cho trời
rải phấn mười phương

Cho kinh nẩy mộng
hữu thường kết hoa

Cho suối mạch
chảy chan hòa

Cho người phiêu giạt
đường xa thu gần

Mai về
cỏ lá mang mang

Cơn mê dị mộng
chảy tràn giấc khuya.

NỞ NGÁT HOA TÂM

Nếu em là mùa xuân
Ta làm cội mai nhỏ
Nở đầy vườn bâng khuâng
Giục chân người chớn chở

Nếu em là mùa hạ
Ta làm đóa hồng sen
Nở trong đầm hoang dã
Ủ lòng người dậy men

Nếu em là mùa thu
Ta làm hoa cúc dại
(Miền đã lĩnh hoang vu)
Xui lòng người cảm khái

Nếu em là đông chí
Ta làm đóa hoa tâm
Bay đầy lòng hương quý
Hồn người ngát mây râm.

TRĂM NĂM VÀNG ĐÁ

Trăm năm
bến cũ mơ màng
Hẹn nhau ngày ấy
lòng man nhiên chờ

Bể dâu
mấy cuộc ai ngờ
Sương khuya còn rớt
tình ngờ còn đưa

Rằm nầy
người sắp về chưa
Thuyền lơi dầm
nhớ trăng vừa chiêm bao

Mấy mùa
bắp đã vàng bao
Đợi tình chín bói
lịm trào hương dâng

Đã phong trần
Lỡ phong trần
Mốt mai vàng đá
Cũng ngần trăm năm.

ĐƯỜNG MÂY
LẠC DẤU TRIỀU ÂM

Đường mây
lạc dấu chim hồng
Kình ngư lạc biển,
Sóng cuồng lạc khơi

Ngô đồng
từ thuở hạt rơi
Lòng ai
ai biết
bời bời trăng khuya

Thuyền đi
nhớ bến phân lìa
Mây trôi
nhớ buổi tình chia câu thề

Thiên di
vẫn nhớ lối về
Người đi biền biệt
tình thê thiết tràn

Buồn man man
Nhớ man man
Trăm vò mỹ tửu
Chưa tàn mùa thương

Tình u hương
Tứ nhã hương

Nghìn trang thư hẹn
vẫn tương tư thầm

Tình triều âm
Tứ triều âm

Âu về đợi
đợt sóng ngầm
biển dâng.

THUỞ XA NGƯỜI

Xa nhau từ một dạo
Khói lửa cháy ngập thành
Chuông từng hồi xóm đạo
Thức cơn mộng chòng chành

Xa nhau từ dạo ấy
Ong bướm chớm si tình
Rồi bao giờ lại thấy
Đôi mắt người lung linh

Xa nhau từ bom đạn
Thiêu rụi những xóm làng
Rồi bóng chim biệt dạng
Chưa về lại thôn trang

Xa nhau từ khói lửa
Đốt tuổi vàng thơ ngây
Mùa xuân không về nữa
Bom đào xới luống cày

Xa nhau từ một thuở
Rồi mù mịt phương trời
Giấy mực và sách vở
Còn lại trang thơ rời.

TÓC
HƯƠNG TRẦM

Thuở em
xõa tóc
phiêu bồng

Nhện giăng gác lạnh
Gió lồng mái rêu

***

Vì em
nắng trở
ráng chiều

Sương rơi hẻm lục
Mưa khêu phố hồng

Ra đi
lòng vẫn
dặn lòng

Dù cho
lận đận, long đong
cũng về

Cầu tre
Giếng nước
Bờ đê

Bâng khuâng vẫn đợi
tóc thề cài trâm

***

Tóc hương cau
Gió hương trầm

Tương tư ủ mộng
nghìn năm vẫn chờ.

VÃN THU

Mưa thu mỏng từng sợi
Tay thu dài ngóng người
Mắt thu xa vời vợi
Chờ sang mùa lại tươi

Gió thu giăng từng bó
Nắng mùa cũ hanh vàng
Trăng thu ngại ngùng tỏ
Soi lối mòn đông sang

Lời thu tha thiết quá
Thổi qua rừng sơ hoang
Lòng thu còn xa lạ
Dù tiên thề nghìn trang

Tình thu vừa héo lá
Bao năm tháng đợi chờ
Giọt thu rơi trên đá
Trên lối tình chơ vơ.

NẮNG TRỞ

Ngu ngơ
như thuở yêu người
Bâng khuâng
như buổi chân rời mái rơm

Rừng xưa
biệt tích vô tăm
Con chim khóc ngất
giọng khàn nửa khuya

Ngày mai
nắng úa xa lìa
Gốc đa nguồn cội
Cành chia lá vàng

Chiều nghiêng
nắng trở bàng hoàng
Mười phương lá rụng
về rừng nguyên sinh

Ta đi
Đi mãi
Một mình
Tình xa nhau mãi
Bóng hình càng xa.

TRÀ GIANG, DÒNG SÔNG TUỔI MỘNG QUẶN HỒN

Dòng sông
tuổi mộng xanh mơ

Chảy tràn quê ngoại
xanh tờ gấm thêu

Dòng sông Trà Khúc
mượt rêu

Chảy qua lòng mẹ
ruột hiu hắt buồn

Dòng nước trong
rót tự nguồn

Nuôi cha mẹ
thuở yêu thương
vào đời

Dòng sông
chừ đã mệt nhoài

Nước khô
Dòng cạn
Cát bày
Lòng trơ

Ta về qua mấy bận
Con nước cạn từ lâu
Và người vẫn lận đận
Từ muôn nghìn đêm sâu

Ra đi lòng xanh ngắt
Bước về chợt quạnh hiu

Bờ xưa
vàng lạnh
tiêu điều

Duềnh xưa
hoang phế
tịch liêu
sóng ngầm.

MIỆT MÀI NĂM THÁNG TÌM NHAU MÉ ĐỜI

Ta biết muộn
tình em gắn bó

Từ lạc nhau
em lặn lôi sông hồ

Em lên đỉnh đồi
tìm ta khắp lối

Em xuống chân núi
tìm ta bốn mùa

Em qua hang động
tìm ta tận nguồn

Em xuống thác ghềnh
tìm ta bên vực

Em qua nương vắng
tìm ta trong am

Em về phố bụi
tìm ta ven đường

Em vào viện sách
tìm ta trong tranh

Em bước vào khung
tìm ta vệt mực

Em lật trang thơ
tìm ta nét bút

Em bới nắng quái
tìm ta sau vườn

Em tung mây trời
tìm ta trong mộng

Ngủ quên trong mơ
gặp ta lang bat

Giấc mộng dật dờ
thấy ta lãng đãng

Trăng về bãng lãng
ta vẫn làm thơ.

VÌ EM
NHAN SẮC
MẶN MÀ

Vì em
má phấn môi son

Ta sôi kinh sử
đã mòn chiêm bao

Xa em
từ khoác chiến bào

Thước gươm chưa thỏa
lũy, hào, gai, chông

Vì em
nhan sắc mặn nồng

Đường tình mấy dặm
Đường trường nghiêu khê

Ta đi
chinh chiến chưa về

Câu thơ khắc đá
Lời thề ghi bia

Ngày về
Cầm chắc phân lìa

Đường oanh
Lối nhạn
Ngã khuya
Nhánh đời.

DẤU CHÂN
LOÀI HẢI TƯỚC

Đá màu ngọc thạch lên rêu
Dấu chân thuở đó tiêu điều giọt trăng

Đổi thay mềm lá thu hằn
Gót son qua chợt mộng trằn trọc đau

Thương ai còn nhớ nắng nhàu
Hồn bộ lạc cũ dàu dàu đón đưa

Hài xưa qua lối rêu xưa
Tiếng khua gõ gạch chiều vừa lên ngôi

Mộng đong đưa giấc ru hời
Hẻm khuya. Đông rã. Bời bời. Sương khuya

Bãi hoang nhạn lạc phân lìa
Giọng khàn hải tước tình chia đôi bờ.

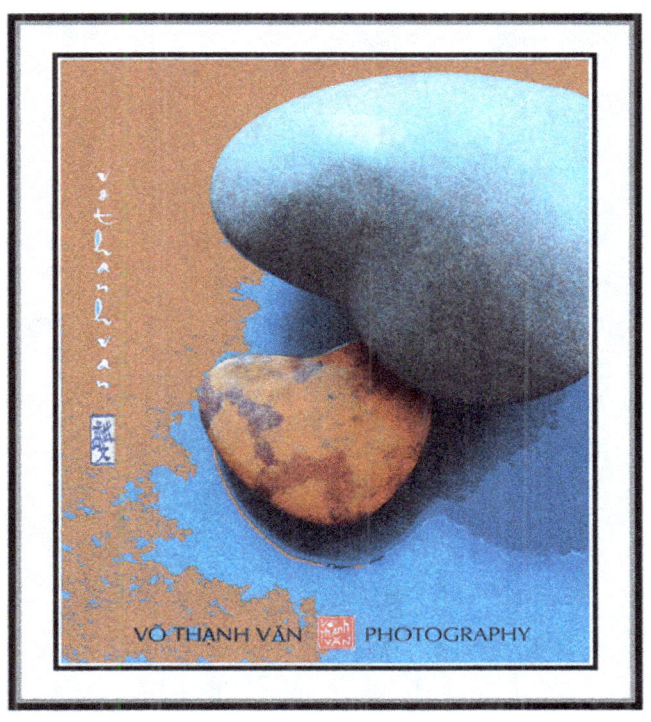

MÔI EM NGOAN NẮNG HẠ HỒNG
[bài thơ 3 chữ]

Nắng hạ hồng
Vàng ca dao
Rơi tên tóc
Một chiều nao

Nắng hạ hồng
Rộn phong dao
Rơi trên áo
Thuở mắt chào

Nắng hạ hồng
Ngát đồng dao
Rơi trên má
Lời tình trao

Nắng hạ hồng
Nồng tục giao
Rơi trên ngực
Đêm động đào

Nắng hạ hồng
Rộn gót cao
Xanh sông nước
Sóng dạt dào.

VÀNG TRÔI

Nhớ nhung
tro bụi đợi chờ

Dẫu bay khắp cõi
cũng hờ hững phơi

Vết tình bụi ố vành nôi

Mai về am cỏ
bên đồi hoang khai

Chưa khắc đá
Chưa trồng mai
Tình đã chết
Vàng đã phai

Bàn tay nào
từ bào thai

Bàn tay nào
thuở phôi khai chào đời

Bàn tay
Một thuở lên ngôi

Đếm từng con chữ
dệt đời chờ nhau.

TÌNH NHƯ KHÓI MÂY BAY
[bài thơ 4 chữ]

Ta vẫn miệt mài
Tình tan như khói
Ai ươm mộng cuối
Đợi tình lên ngai

Tình nhàu như mây
Mây bay lộng gió
Chờ trăng cuối ngõ
Người về một mai

Rồi người lại đi
Rồi trăng thất thểu
Rồi tình chết yểu
Rồi mình chia ly

Mình rồi xa nhau
Tình hoài đi lạc
Một đời phiêu bạt
Cách chia tinh cầu

Mây vẫn còn bay
Sóng hoài cứ vỗ
Thuyền không bến đỗ
Tình mãi đắng cay

Bão vẫn kinh qua
Chim không cành đậu
Người hoài bôn tẩu
Tuyết vẫn còn bay.

TRONG HỒN
TIẾNG PHÁO
NỔ RANG

Nghe như pháo nổ trong hồn
Giục ai chuốt lục tô hồng đua chen

Hài em tỏa ngát hương lành
Trăng sao mời gọi như gần như xa

Tiếng hài gieo rộn phố xưa
Người còn lận đận từ mùa hợp tan

Mai sau
còn lắm ngỡ ngàng
Thuỷ chung cầm chắc
bàng hoàng vụt bay

Giao thừa pháo rộn phố hoa
Hồn em rượu đắng
chan hòa men cay

Rượu vừa say
Tình vừa bay
Trăng ẩn hiện
Lạnh đôi tay.

NGƠ NGÁC
HÈ PHỐ LƠI
[bài thơ 4 chữ]

Đường trăng sáng ngời
Dưới chân em vụng
Gót hài khuya rụng
Trên hè phố lơi

Bước chân bơ vơ
Đi về hẻm tối
Đường tình mù rối
Từng bước chơi vơi

Hè phố trời mưa
Suốt mùa Lễ Lá
Nước làm chứng tá
Cho buổi đón đưa

Con phố mưa phùn
Cuối mùa âm vong
Từng vũng bùn đọng
Dài cuộc trùng phùng.

HẰNG ĐÊM DÕI MẮT SÂU

Mắt người
biển động
mù khơi

Long đong
cánh mỏng
buồm lơi
gió sầu

Mây về đâu
Nước về đâu

Chiều nay
uống rượu chân cầu
chờ trăng

***

Trăng chưa lên
Rượu bầu vơi

Cầu chông chênh
Gió lộng khơi

Sóng nộ cuồng
Buồm rã cánh

Mây gió lộng
Tình chơi vơi

Em góc biển
Ta chân trời

Lạc nhau
cánh hạc tếch vời
kêu sương

Tình còn thương
Nghĩa càng thương

Như hoa lá rụng
cuối đường tìm nhau

Từng đêm sâu
Dõi tìm nhau

Đôi chim chung gánh
niềm đau số phần.

ĐẦU NĂM
MỪNG TUỔI
QUÊ HƯƠNG &
NGƯỜI TÌNH

Xin mừng tuổi Thượng Đế
Sống thêm tỷ tỷ năm
Để ban phát ân huệ
Tẩy gội đời hờn căm

Xin mừng tuổi trời cao
Được gió hòa mưa thuận
Để muôn dân no ấm
Mỗi năm là năm nhuần

Xin mừng tuổi quả đất
Sống lâu muôn muôn đời
Để sinh hoa chất ngất
Và sinh quả nuôi người

Xin mừng tuổi nhân loại
Sống yên vui hoà bình
Đừng chiến chinh băng hoại
Cho tròn kiếp phù sinh

Xin mừng tuổi quê hương
Luôn an bình thói thịnh
Cho người biết yêu thương
Để giống nòi kiên định

Xin mừng tuổi người dân
Một đời thôi cơ cực
Hết tháng ngày long đong
Áo cơm và hạnh phúc

Xin mừng tuổi người yêu
Dù chân trời phiêu bạt
Dù một đời rong rêu
Đến ngày thôi trôi giạt.

LỐI KHUYA
MÙ HẢI THỊ

[bài thơ 4 chữ]

Đường khuya phố lạnh
Cơn mưa vừa tạnh
Bước chân rạc rời
Hài khua rớt mạnh

Đèn khuya phố lắng
Đêm giao thừa vắng
Hài em khẽ vang
Nghe lòng mặn đắng

Sương khuya phố lạ
Tiếng trùng từ tạ
Gót hài ngả nghiêng
Chân mùa kiết hạ

Gót khuya trở nặng
Lệ rơi thấm mặn
Môi em xanh xao
Nghe lòng chợt quặn

Chập chờn hải phố
Cánh chim thất thổ
Bay về biển xa
Trùng trùng sóng vỗ.

SUỐT MÙA CHIA CÁCH XA

Vu vơ
một thuở yêu người

Ngẩn ngơ
mấy buổi em lười đèn khuya

***

Bàng hoàng
suốt đoạn cách chia

Bâng khuâng
từ dạo xa lìa mái rêu

Hoang mang
vừa tóc chớm yêu

Lửng lơ
như tiếng chuông chiều
rây mơ

Dật dờ
thắp nến chép thơ

Luyến lưu
ngất giữa phút giờ biệt ly

***

Tình còn xa
Người còn đi

Bóng chim rã cánh
(thiên di)
cuối trời.

NGHI VẤN

[bài thơ 4 chữ]

Có phải tình yêu
Sao lòng hờ hững
Hoa rơi tiêu điều
Mây trời lơ lửng

Có phải nhớ thương
Sao lòng khinh bạc
Từng cánh hoa vương
Chân loài thuỷ hạc

Có phải mộng mơ
Du tiên mấy bận
Thiền am khói chờ
Chân người vạn dặm

Có phải tương tư
Như cơn triều hạ
Chiều nay mây lười
Về qua xứ lạ

Có phải xa người
Suốt đời khánh tận
Gượng mỉm môi cười
Cuối mùa lận đận

Có phải rạc rời
Qua khung trời thẳm
Mây giăng bời bời
Sương rơi ướt đẫm.

TRỜI ĐÔNG TRỞ TUYẾT
ĐẦU MÙA TÌNH XANH

Tình xanh khóc rớt lệ vàng
Mấy mùa tan hợp bàng hoàng nước xuôi

Hài xanh quyện bước chân người
Động xanh mây tím bùi ngùi tình xanh

Mai về ghé lại thôn oanh
Hỏi người năm trước còn vành khăn thêu

Mưa mai. Ướt đẫm. Cỏ chiều
Đường xưa. (Nay đã tiêu điều). Dấu xưa

Chiều đông. Gió giật. Chuyển mưa
Tuyết rơi chân núi lưa thưa mây về

Tình xanh tuyết rụng thê thê
Guốc khuya lần bước bên hè phố đông

Lệ xanh ướt đẫm doanh bồng
Phố xa hải trấn mưa hồng dặm khơi

Tình xanh chiều trở gót đời
Yêu nhau ru giấc đông hời tình xanh

Đầu mùa tan hợp chia nhanh
Cuối mùa ly biệt mong manh dấu tìm

Hài xanh lần dõi đường chim
Sầu đông tuyết đổ trăng chìm bến chia.

MÙI HƯƠNG
BAY NGƯỢC GIÓ

Mực thơm
vẫn trụ giấy hồng

Giấy thơm
nụ mởn say nồng
biển dâu

Chữ thơm
trổ đoá nhiệm mầu

Môi thơm
nở rộ ưu sầu
lên ngai

Má thơm
ủ ấp tình dài

Da thơm
ngát ngọt phương đoài
phương đông

Tình thơm
nhân ái trổ bông

Đời thơm
hoa dại trổ hồng
thiên thu.

CUỐI THU
VÀNG LÁ RỤNG

Lá thu vàng cuối ngõ
Lòng ai buồn vu vơ
Tháp chuông gầy, vò võ
Sương chiều rơi ngu ngơ

Nhánh thu phơi trăng tỏ
Tóc ai bay bơ phờ
Lá cuối mùa hoe đỏ
Từng sợi nhớ mượt tơ

Lá rơi từ dạo ấy
Sân trường phượng ngủ mơ
Bướm về hoa có thấy
Mê đắm trổ nhành thơ

Rồi hoa tàn, phượng héo
Ong bướm bay dật dờ
Tình mười phương kêu réo
Lòng hốt nhiên hững hờ.

TỪNG BƯỚC
NỞ ĐOÁ SEN VÀNG
MỘT THUỞ

Gót sen từng bước thầm thì
Lệ xanh đá sỏi còn si mê hoài

Hiên thu lá rụng sóng soài
      Nửa mờ
      Nửa tỏ
      Nửa rời
      Nửa chia

Gót sen từng bước thu lìa
    Lệ hàng đá trĩu
    Đường khuya phố buồn

Người về. Cuối ngõ. Mưa tuôn
Hẻm xưa đèn lạnh vàng ươm môi chờ

Người xa
Xa mãi
Ai ngờ
Biết đâu vĩnh quyết
là giờ mệnh chung.

VÀNH KHĂN SÔ
CHO QUÊ HƯƠNG MẸ

Tháng ngày tàn cuộc mộng
Sông nước chảy đôi dòng
Ai qua đời gió lộng
Cánh hải yến ngùi mong

Cuộc mộng tàn hoa héo
Cánh rũ - nhụy tả tơi
Tình yêu còn gọi réo
Trên sông nước bời bời

Hoa buồn rưng úa cỏ
Rọi bóng mây chiều vàng
Một đời xa bỏ ngỏ
Chim biển về đầy khoang

Khi cỏ mùa thu úa
Đẫm sương chiều bủa quanh
Khắp đồng thơm hương lúa
Rợp phong dao ngọt lành

Vãn thu sông trìu mến
Vỗ sóng quanh mạn thuyền
Đò ngang chưa cập bến
Đón đưa tận cuối miền

Phù sa về mùa lũ
Châu thổ lụt màu tang
Cơn mưa quầng luân vũ
Trơ cành lá bàng hoàng

Nước nổi về trắng xoá
Trên quê mẹ tiêu điều
Hàng tre nghiêng tóc xõa
Xóm làng chừ quạnh hiu

Mây giăng trên quê mẹ
Trắng những vành khăn sô
Lũ lụt ngùi biển lệ
Chảy ngập làng trơ khô

Chừng nào người về lại
Tìm sông nước hữu tình
Hẹn ngày thăm tuổi dại
Khi non nước thanh bình.

TUẦN TRĂNG KHUYẾT

Trăng tròn trăng khuyết đầy vơi
Trăng lên trăng lặn không vơi nỗi niềm

Rồi mai ngủ giấc đông miên
Mây che trăng khuất bên triền uông man

Trăng biển Bắc
Bóng trời Nam

Đôi nơi. Đôi ngã
Tương tầm. Tương tư

Tình thượng nguồn. Nghĩa hạ lưu
Quén vun đất Việt
(trầm ưu quê nhà)

Giang biên. Giang Hải. Giang hà
Giang đầu. Giang vỹ. Giang hồ. Giang khê

Trăng lạc nhau
Trăng bội thề
Trăng đi. Trăng ở
Trăng về. Biệt tăm

Trăng nghìn năm. Trăng vạn năm
Nguyệt tàn ẩn dật. Đêm rằm xuê xang

Trăng đi hoang
Trăng chửa hoang
Nghìn đời trăng mới
Dặm ngàn thê thê.

TÌNH HÉO MÙA PHONG RƠI

Hắt hiu vàng
lá phong rơi

Trăm năm tròn kiếp
bời bời gió day

Cơn mê đầy
ắp lòng tay

Như hư
Như ảo
Như ngày
Như đêm

Như trăng
đổ bóng nghiêng rèm

Như cơn gió thoảng
chao đèn nửa khuya

Như đất trời
thuở cách chia

Như tình yêu
đã cắt lìa từ nôi

Dẫu tình héo
(tự khai phôi)

Vẫn còn ngọt đắng
mặn môi thuở nào.

HOÀNG HÔN ĐỔ BÓNG DÀI

Người chia lối
Tình phân hai
Chỉ một tối
Lạc dấu hài

Người một thuở
Lạc nhau rồi
Bom đạn nổ
Cũng đành thôi

Xa nhau
cát bụi bồi hồi
Lạc nhau
hơi thở nổi trôi
sóng dồn

Hoàng hôn
đổ bóng trong hồn
Tháp chuông
nghiêng chảy dáng buồn
thung xa

Môi người
cong cớn chua ngoa
Thuở còn
bung tóc loà xoà
ngang vai

Bởi đời
đong đếm nhân chia
Nỗi đau nhạn lẻ
đổ dài hoàng hôn.

ĐÊM SÂU NGHE ĐÔNG RỤNG

Xác xơ
lá rụng hiên ngoài

Gió đông rớt hột
ướt nhoè chiêm bao

Giấc mơ
ngày đó còn gào

Lệ xanh ngày đó
tưới vào động xanh

Mộng xanh
thuở ấy còn xanh

Yêu ai
chưa biết ngọn ngành
từ đâu

Nhớ ai
tự buổi ban đầu

Xa nhau
từ thuở chân cầu
nước dâng

Nghìn muôn con nước
chảy quanh

Một lần lỡ hẹn
tơ mành xác xơ

Một lần lỗi hẹn
Đành chờ

Kiếp sau
biết có phút giờ
hợp hoan.

VẪN MÃI
DẶN LÒNG NHAU

Dòng sông tuổi nhỏ rực hoàng hôn
Ấp yêu quê mẹ chảy qua hồn
Rồi có bao giờ về nơi ấy
Chờ trăng bến cũ rụng đầu thôn

Một buổi xa nhau nước ngập đầm
Khoảnh giờ ly biệt khắc tình thâm
Mấy thuở yêu người thương nhánh tóc
Đêm về nến nhễu mực trầm ngâm

Dòng dòng hồi ức về đầy tay
Vĩnh thệ cùng ai người có hay
Chiều nay mưa rớt trên xứ bạn
Thu gầy thấp thoáng cánh cò bay

Đường phố ngày xưa nhớ tuổi tên
Gác khuya nằm đọc sách bên đèn
Chiều nay trời trở mùa đông chí
Thương dòng nước đục trải mông mênh

Buổi ấy ra đi lòng dặn lòng
Một mai đất khách thấm long đong
Vẫn biết chân trời xa thăm thẳm
Có người chiều ngóng và đêm mong

Tháp chuông ngày trước vẫn hoài trông
Người đi gót mỏi cũng như lòng
Một mai về lại bên hiên vắng
Vạn lý không mây trời lại trong.

TRUYỀN NHAU BÀI HỌC KHAI TÂM ĐẦU ĐỜI

Dạy nhau
bài học khai tâm

Giả, chân, thiện, ác,
ngọc, ngà, vàng, thau

Dạy nhau
bài học thuộc làu
Lệ đời
thấm đậm thiên thâu
cay nồng

Dạy nhau
bài học phiêu bồng
Thả tâm lãng đãng
Thả hồn gió lay

Dạy nhau
bài học ngủ ngày
Thức khuya chuốt mộng
cho dày cơn mơ

Dạy nhau
nỗi chết mọc mời
Phụng dâng giọt đắng
diệu vời khói sương

Nhắc nhau
Hạt bụi vô thường

Tử sinh
Mệnh số
Tai ương
Phận người

Mắt môi tứ đại rã rời

Bụi tro phục nghiệp
Tuổi đời nhục thân.

DƯỜNG NHƯ
MÙA TÌNH HÉO NỤ
[bài thơ 4 chữ]

Tình như mù sương
Rơi đầy ngõ vắng
Đêm vàng sâu lắng
Sợi tóc còn vương

Tình như nắng mai
Rơi trên cỏ lạnh
Đêm mù ngắt tạnh
Rồi cũng tàn phai

Tình như tuyết băng
Giăng ngang đỉnh núi
Một thời tóc rối
Từng đêm chờ trăng

Tình như mùa mưa
Chảy tràn sông nước
Đôi chân hành khước
Đi về lối xưa

Tình như mây trôi
Qua vùng kinh khuyết
Nguyên tiêu vọng nguyệt
Dấu cũ phai phôi

Tình như nước xuôi
Mai về bến lạ
Triều lên, triều hạ
Thương nhớ khôn nguôi.

NHÂN SINH CUỘC MỘNG CHƯA TRÒN

Ngửa nghiêng
cuộc mộng vê tròn
Lao xao trăng dọi
lối mòn chưa thông

Ngẩn ngơ
bóng xế doanh bồng
Hài tiên gõ nhịp
trăng đồng lạnh soi

Mai về
cắt cỏ lợp chòi
Mời người nhập động
bên ngòi suối ru

Mai về
hốc đá am tu
Làm thơ chuốt mộng
câu từ rối beng

Tình nào chuyển
nghĩa nào hằng
Trăm năm mộng ảo
trăng dằng dặc soi.

TỪ BUỔI
NGƯỜI XA NGƯỜI

Bên nhau
mùa lúa đỏ đuôi
Xa nhau
lúa chín thuyền xuôi
biệt dòng

Gần nhau
dầm rớt be xuồng
Đi về
chừ ngán giồng truông
một mình

Thuở nào
thề thốt trung trinh
Buổi nào
khói lửa
ngày chinh chiến dài

Một thời
nỗi chết lên ngai
Máu tanh
Huyệt cạn
Pháo đài
Hỏa châu

Ngày đêm
thiện ác đối đầu
Đỏ bầm đất mẹ
Đục ngầu quê cha

Lạc nhau
từ đấy mưa nhoà
Xa nhau
từ đấy quan hà
cách ngăn.

EM,
LOÀI BỒNG BỀNH THẢO

Em nghe lòng như gió
Buổi chiều hồng đong đưa
Dấu ngựa hoang soãi vó
Tự thuở nào xa xưa

Chiều nay bên khung cửa
Nắng hanh vàng ca dao
Có còn không một thuở
Nghe tình quê dạt dào

Em, ngọn bồng bềnh thảo
Mai ngày trôi về đâu
Nơi cuối trời hư ảo
Hoa thương, tím thẫm màu

Nhánh cỏ gầy xương xẩu
Như phận người mong manh
Cuối trời xa tinh đẩu
Nắng rụng vàng, long lanh

Một mai trời trở lạnh
Sương ngủ quên trên cành
Một mai cơn mưa tạnh
Đẹp những cuộc mộng lành

Rồi mai ngày thu tịnh
Trên lối ngàn năm xưa
Bầy âu về đông vịnh
Ru hời những giấc trưa.

BUỔI
BIỀN BIỆT
XA NGƯỜI

Người đi
trái mộng đương xuân
Cành cong nụ trĩu
xanh từng búp non

Đường về
hồn lặng dấu mòn
Ngẩn ngơ
ngựa nản chân bon
đất người

Người xa
đuổi bắt chân như
Người gần
chợt ngộ
tâmtừ hỗn mang

Người xưa
chẻ đá khai hoang
Mai sau
bến cũ bàng hcàng
đứng trông.

NHỚ BUỔI ĐÓN ĐƯA NHAU

Đã vuột xa rồi
buổi đón đưa

Nhớ thương nồng đượm
kể sao vừa

Sân trường ươm mộng
vàng chân tóc

Kỷ niệm xa rồi,
xưa rất xưa

Mai mốt người đi
ai tiễn đưa

Chân cầu gió thoảng,
　sóng lưa thưa

Mai mốt người về
　không hò hẹn

Có thấu lòng nhau
　trông ngóng chưa.

VẪN ĐỢI MÙA HỢP TAN

Cách nhau
gang tấc
ngại ngần

Triệu năm ánh sáng
vẫn gần gũi nhau

Bóng ai
gió thoảng
ngàn lau

Hé nghiêng mắt đợi
niềm đau ráng chiều

Thương không ít
Nhớ đủ nhiều

Trăm năm
Bóng ngả tiêu điều
Bỗng dưng

Đá rịn khói
Thung rót sương

Nghìn năm
Mây rụng bâng khuâng
Cuối trời

Mai sau đá mỏi chân đời
Ta về triền núi chờ thời đăng quang

Ta về ngủ suốt mùa trăng
Đợi em dời gót về căn am bồng.

RỒI NGẬM NGÙI
CŨNG PHÔI PHAI
[bài thơ 9 chữ]

Lá sân trường
có ai gom chiều
chướng gió

Kết mống trời
điểm đầu ngón
điểm thầy khen

Ôi tội tình
tuổi rong chơi
dày khôn lớn

Nếp hiền xưa
hay hóa thể
khoát ngoan lên

Ôm nghi hoặc
và dỗi hờn
không trăng trối

Mây bay xa
còn nửa kiếp
hiến giang hồ

Thôi,
cũng từ đó,
chim rừng về hướng biển

Đèn phòng khuya
chừng rợp tóc
mắt se khô

Đã thề thốt
trăm năm sau,
mai kết tóc

Lỡ trao duyên
nghìn năm cũ,
mốt xe tơ

Sao đá dựng
chập chùng
không ghi lời muối

Để chân cầu
sóng vỗ
lạnh nước bơ vơ

Chừng lỡ cuộc
lại ghé về thăm
chốn cũ

Hẹn hò xưa
tàn hoa lá
úa quanh đồi

Sao hôm lặn
tận bên kia trời
ráng ửng

Bỏ lại đây
một thoáng nhớ
dòng sông trôi

Như nước mắt
khóc tình yêu
và thân phận

Làm con trai
vàng lạnh
nửa cuộc tình xa

Ta thắp nến
hai hàng
trong tận cùng đáy phổi

Hít thở hoài
từng con khói cuộn
yêu ma

Và giả sử
tình về lại đây
tắm suối

Hong tóc mây
cho trăng nghịch
gió lau khô

Hạt bụi đa tình
dẫu trải thân
cám dỗ

Lay cảm được ta
con thác lũ ngây ngô?

Tháp chuông cũ
xiêu xiêu gầy
loang bóng đổ

Run trong ta
như rớt
tự cõi đam mê

Và si dại
mọc cánh dài
vờn quanh tháp

Như hơi rượu cay
mờ khói nẻo em về

Rồi tình yêu
cũng úa vàng
như cổ sử

Cũng uông man
như tự thuở đất trời xa

Ta vì em
ban phúc lành
cho cây cỏ

Thôi nhé,
ngậm ngùi,
từ đấy
cũng chia xa.

**PHẬN TA
HẠT BỤI
ƯU TRẦM**

Vốn
ta hạt bụi
ưu trầm

Trôi qua
mấy độ trăng thầm
soi nghiêng

Ôi
ta hạt bụi
ưu phiền

Về đây chay tịnh
đền thiêng tháp mầu.

CĂN DO
&
NGUYÊN ỦY

Tằm ăn dâu nhả tơ
Ong hút hoa mửa mật
Em yêu chàng làm thơ
Chàng yêu em lang bạt

Người yêu đời thiết tha
Đời yêu người tận tuyệt
Người vì người bôn ba
Ai vì ai mài miệt

Em vì đời ngất ngây
Đời vì em nhạt thếch
Em vì chàng thương vay
Chàng vì em thấm mệt

Đời vì đời dửng dưng
Em vì em quanh quẩn
Ai vì ai tủi mừng
Ta vì ta lận đận.

TỊCH HOANG

Đầy trời
mây úa
giạt trôi

Dòng sông gương trắng
bồi hồi nghiêng soi

Sương lên
Chiều rụng
Mưa nhồi

Tàu đi âm vọng
tiếng còi tịch hoang

Mắt môi tứ đại bàng hoàng

Xanh xao
Yểu mị
Điêu tàn
Hoang mơ

Mi mày tứ đại ngu ngơ

    Biển xanh
    Sóng bạc
    Đá trơ
    Cát bày

    Tình còn đây
    Nghĩa còn đây

Nghìn năm phong lạp
   vẫn lay lắt chờ.

TRĂNG RẰM GÁC TRỌ THU XƯA

Con trăng rằm thuở đó
Dang dở đã mấy mùa
Nên trăng gầy vò võ
Biếng đèn sách, thêu thùa

Con trăng tròn ngày nọ
Nay đã khuyết mấy tuần
Một đêm xưa gác trọ
Gieo lầu cao mấy tầng

Con trăng từ luân lạc
Dõi bước chân người xưa
Bao đêm soi bóng hạc
Đi về trong gió mưa

Con trăng mùa úng thủy
Ngậm nước vữa mơ hoang
Trôi xuôi miền cổ lũy
Chứng nhân cuộc điêu tàn.

NGUYÊN ỦY
THUỞ
PHÔI KHAI

Tiềm tàng
tự thuở phôi khai

Cuộc tình ngày ấy
chưa phai lời nguyền

Đất trời
một buổi uyên nguyên

Càn khôn khép mở
u huyền âm hao

Lạc nhau
ngày dậy sóng gào

Đạn bom
Khói lửa
Máu trào
Tử sinh

Xa nhau
dời gót bôn trình

Quê hương vạn dặm
Cuộc tình thiên thu

Trời còn mịt
Đất còn mù

Nghĩa ân càng nặng
Âm hư thức chờ.

NỤ
MAI KHÔ

Cám ơn nhau
nụ mai khô

Cánh vàng nở vội
còn phô nét gầy

Tuyết
mùa đông chí
rây bay

Tình se sắt lạnh
tứ ngây ngất nồng

Cánh mai nhị độ ngát lòng

Suốt mùa
khép cổng cơi tường
riêng chung

Tìm quanh
Động
Đảo
Trại
Vùng

Nụ mai khô
sẽ nở bung cánh trần.

BÁT CƠM ĐỜI
GIỮA CHỢ

Ta vuốt mặt kêu thương
Giữa phố chiều vong lạc
Mây trắng trôi bàng bạc
Nghìn năm tơ cứ vương

Ta vỗ bụng cười khàn
Xin cơm đời giữ chợ
Đời khất ta món nợ
Ta nợ đời cơ man

Hư vô nở trên môi
Ta thiền hành giữa chợ
Chợt tim bừng sáng rỡ
Cuộc tình vừa thôi nôi

Giữa chợ ta trầm ngâm
Tụng lời kinh quái dị
Nguyện thắp hồn mộng mị
Sưởi ấm đời lạnh căm

Ta rách áo đói cơm
Vá lưới tình giữa chợ
Chợt mỉm cười liễu ngộ
Sắc không mãi còn thơm

Em trau nghĩa chuốt tình
Hong kiêu sa tháp vắng
Với tay dài gom nắng
Kết nụ hồng thuỷ tinh

Ai mài kiếm dưới trăng
Ta xin cơm kẻ lạ
Bạc đầu, hề, Ngũ Tử
Chí lớn, hề, Vương Lăng

Ta nhắm mắt làm mù
Tay bưng tai giả điếc
Niệm bài kệ thống thiết
Điển cố, hề, hoang vu

Trong lòng ta quạnh hiu
Em rải đầy pháp nhủ
Phấn kinh dày ấp ủ
Đất trời chợt cô liêu

Lòng em là trầm thơm
Đỉnh đồng ta rỉ sét
Nửa thời kinh nến tắt
Trang sách chao, chữ vờn

Em thí chủ tâm từ
Thỉnh hồi chuông bát nhã
Thức hồn ta đốn ngọa
Em phiếu mẫu tâm hư

Em bồ tát hoá thân
Ghé chợ đời yến hội
Qua hồn ta bước vội
Em vô lượng pháp âm.

NGHIÊNG SONG

Nắng xưa
chiều đổ
nghiêng song

Em chờ người
vội về
hong lưới sầu

Ru nhau
từng giọt
nhiệm mầu

Riêng lòng còn giấu
niềm đau nỗi hờn

Trăng xưa
ngơ ngác phố phồn

Trong bi lụy
đã gặm mòn trăng khuya

Bao lần nguyệt thực
sầu chia

Bấy lần trăng khuyết
trăng lìa cuộc vui.

QUI LUẬT

Nếm rượu ngon luận rượu
Ủ tình thâm nuôi tình
Ươm nghĩa sâu trả nghĩa
Tích ơn dày đền ơn

Gươm báu treo hổ trướng
Ngựa hay hiến long nhương
Binh pháp mách danh tướng
Quyền mưu dâng quân vương

Cung nỏ giữ thành quách
Đao thương đoạt ba quân
Chuỷ thủ trao thích khách
Xa mã thưởng công huân

Sách quý biếu dật sĩ
Trà thơm đãi bạn hiền
Khe mát tắm tiên nữ
Tranh đẹp tặng khách duyên

Đỉnh chung đãi quân tử
Lễ trọng tiếp hiền nhân
Tình, đem tình trói giữ
Đức, dùng đức báo ân

Giấy quý chép tình sử
Mực thơm vẽ chân dung
Trăng tròn ôn binh lữ
Đèn sáng duyệt binh nhung

Lầu son vì quốc sắc
Gác tía chuộng thiên hương
Thơ vì thơ tâm đắc
Hoa vì người vấn vương

Chúc thần nhân thiên tuế
Tiếp sơn nhân suối trong
Núi cao trồng kỳ quế
Duềnh sâu nhốt giao long

Thép quý đúc gươm bén
Đá hiếm thử vàng ròng
Bão giông nung chí lớn
Thời gian tụ kim cương

Sóng gió rèn dũng khí
Lửa thần luyện báu đao
Kỳ mưu đoạt dị sĩ
Gian truân xuất anh hào.

TRĂNG KHUẤT
MÙ SƯƠNG KHUYA

Từ mùa
con nước trôi phăng

Biển mông lung đợi
Sông dằng dặc đưa

Nước trong
trăng hiện đầm đìa

Mây che trăng khuất
sương khuya xuống đầy

Lạc từ đây
Xa từ đây

Mùa tình úng thuỷ
phơi bày chân rêu

Đêm nguyệt tận
(mùa nguyên tiêu)

Trang thơ mực rớt
ít nhiều son phai

Nghe trong gió
tiếng thở dài

Vắng sau vườn
điệu ma gầy than thân

Đọt cây khuya
rắn gáy dồn

Tiếng run dờn dợn
Giọng khàn mê mê.

VẪN CỨ NGỠ
[bài thơ 9 chữ]

Vẫn cứ ngỡ
đời riêng mình
luôn lận đận

Những đêm mơ
tàn cuộc mộng
lại chiêm bao

Có một thuở
mơ hạc trời
về mấy bận

Giấc thu xưa
cành úa lá
khóc mưa rào

Tình vẫn rót
qua đời người
như muôn thuở

Lệ vẫn rơi
một đời ngắn
ngọn xa ngành

Mắt vẫn mở
thao thức hoài
trông tình lỡ

Mộng vây quanh
hồn địa ngục
trắng tàn canh.

MẶC NIỆM

Ta làm thơ vất vưởng
Truy điệu cuộc tình phai
Nửa kỷ nguyên mộng tưởng
Thuở ban đầu phôi khai

Ta thổi kèn mặc niệm
Tình luân lạc, cách chia
Năm mươi năm tẩm liệm
Cung lòng đắp mộ bia

Cánh rừng hương ngát tỏa
Đá tảng ngậm ngùi vương
Trăng phơi cành trắc bá
Tỏa thơm rừng kỳ hương

Trăm năm đời kiêu bạc
Suốt kiếp dài ruổi rong
Truân chuyên, hề, luân lạc
Phận người, hề, long đong

Xa người,
 xa,
 mấy thuở
Gần nhau,
 gần,
 bao năm

Tình yêu,
 hề,
 thác vỡ
Mệnh số,
 hề,
 lạnh căm.

Mục lục

- Mây phù vân che kín trời phù hoa — 4
- Lộng lẫy mưa sa — 6
- Lời thơ gởi gió bay đi — 8
- Trăng thu vành vạnh sáng — 10
- Em, con nợ tiền thân — 12
- Đau lòng ngồi đếm những vu vơ — 14
- Dặm ngàn dâu xanh — 16
- Nhớ vạt nắng quê xưa — 18
- Nắng hạ ấm quê người — 20
- Đêm lạnh giọt thu sa — 22
- Ơn đời nặng trĩu đôi vai — 24
- Trăng nước Trà Giang — 26
- Bỗng trùng trùng mây nổi — 28
- Chiều vẫn lạnh từng mùa hợp tan — 30
- Tiếng chim đêm hoang lạnh — 32
- Biển dâu — 34
- Chuyện tình vun giữa chợ — 36
- Rồi ước mơ, mộng mị cũng tàn phai — 38
- Tuổi tóc nhàu — 40
- Đời rớt hạt sa mù — 42
- Ấp iu mùa trở lạnh — 44
- Cơn nước hạ — 46
- Hát ngất dậy men lòng — 48
- Vườn khuya đêm nghe rắn gáy — 50
- Lòng ta đêm tuyết rụng — 52
- Nghe vẳng tiếng ai cười trong mơ — 53
- Tình ai vẫn đợi chờ — 54
- Cuộc mộng huyễn — 56
- Ơn nhau mưa mật diệu vời — 58
- Đông về lạnh chiều chăn — 60
- Tự thuở mẹ đưa nôi — 62
- Khói đá lạnh hoàng hôn — 64
- Lòng tràn phẳng sông nước — 66
- Khúc biệt ly sầu — 70
- Người cách xa người từ thuở đao binh — 72
- Thao thức bao đêm trường mộng du — 74
- Nhập nhoà mù sương khuya — 76
- Trăng & em đồng cảnh ngộ — 78
- Kêu thương khản giọng vàng — 80
- Ơn ai triều hạ triều cương — 82
- Vô dụng trang thơ — 84
- Đêm trở — 86
- Tình yêu là mùa xuân — 88
- Đầm trăng thuỷ thảo — 90
- Thiết thạch — 92
- Nắng xuân về ấm môi chờ — 94
- Thuở đất trời vào thu — 96
- Mùa thơ rớt hạt tơ chùng — 98
- Nở ngát hoa tâm — 100

- Trăm năm vàng đá 102
- Đường mây lạc dấu triều âm 104
- Thuở xa người 106
- Tóc hương trầm 108
- Văn thu 110
- Nắng trở 112
- Trà giang dòng sông tuổi mộng quặn hồn 114
- Miệt mài năm tháng tìm nhau mé đời 116
- Vì em nhan sắc mặn mà 118
- Dấu chân loài hải tước 120
- Môi em ngoan nắng hạ hồng 122
- Vàng trôi 124
- Tình như khói mây bay 126
- Trong hồn tiếng pháo nổ rang 128
- Ngơ ngác hè phố lợi 130
- Hằng đêm dõi mắt sâu 132
- Đầu năm mừng tuổi quê hương & người tình 134
- Lối khuya mù hải thị 136
- Suốt mùa chia cách xa 138
- Nghi vấn 140
- Trời đông trở tuyết đầu mùa tình xanh 142
- Mùi hương bay ngược gió 144
- Cuối thu vàng lá rụng 146
- Từng bước nở đoá sen vàng một thuở 148
- Vành khăn sô cho quê hương mẹ 150
- Tuần trăng khuyết 154
- Tình héo mùa phong rơi 156
- Hoàng hôn đổ bóng dài 158
- Đêm sâu nghe đông rụng 160
- Vẫn mãi dặn lòng nhau 162
- Truyền nhau bài học khai tâm đầu đời 164
- Dường như mùa tình héo nụ 168
- Nhân sinh cuộc mộng chưa tròn 170
- Từ buổi người xa người 172
- Em, loài bồng bềnh thảo 174
- Buổi biền biệt xa người 176
- Nhớ buổi đón đưa nhau 178
- Vẫn đợi mùa hợp tan 180
- Rồi ngậm ngùi cũng phôi phai 182
- Phận ta hạt bụi ưu trầm 188
- Căn do và nguyên ủy 190
- Tịch hoang 192
- Trăng rằm gác trọ thu xưa 194
- Nguyên ủy thuở phôi khai 196
- Nụ mai khô 198
- Bát cơm đời giữa chợ 202
- Nghiêng song 204
- Qui luật 206
- Trăng khuất mù sương khuya 210
- Vẫn cứ ngỡ 212
- Mặc niệm 214

Liên lạc Tác giả
Võ Thạnh Văn
vothanhvan2000@gmail.com

Liên lạc Nhà xuất bản
Nhân Ảnh
han.le3359@gmail.com
(408) 722-5626

www.ingramcontent.com/pod-product-compliance
Lightning Source LLC
Chambersburg PA
CBHW072000070526
44583CB00015B/1271